சிங்களச் சீமாட்டி

கா. ந. அண்ணாதுரை

Title: Singala Seematti

Author: C. N. Annadurai

Language: Tamil

First Published on: 1939

Year of Publication: 2024

Book Format: Paperback

*Page Size: 6inch * 9inch*

Category: Fiction

Subject: Short Novel

No. of pages: 30

ISBN: 978-81-988159-9-6

Published by: Nilan Publishers, Madurai, Tamilnadu, India

பொருளடக்கம்

குறிப்புகளுக்காக

சிங்களச் சீமாட்டி

பகுதி: 1

“நாகரிக நாட்கள் என நீ கூறுகிறாய் பெண்ணே! இன்றுங்கூட நடையிலே, உடையிலே, நாகரிகத்தைக் காண்கிறோமே தவிர, எண்ணத்திலே பழைய விஷயம் இருந்தபடிதான் இருக்கிறது. உன்னை வலைபோட்டுப் பிடிக்க விரும்பும் அந்தச் சொகுசுக்கார சங்கரன் கூட நாகரிக நாயகனாக நடிக்கிறானே தவிர, உள்ளம் பழைய எண்ணம் நிரம்பித்தான் இருக்கிறது என்று நான் நினைக்கிறேன்” என்று மங்கம்மாள் கூறினாள்.

மலர்க்கொடி நகைத்தாள்! அவள் சிரித்தபோதுதான் தெரிந்தது, பற்கள் எப்படி இருந்தால் பாவையருக்கு அழகு தரும் என்பது.

சிவந்த இரு அதரங்களையும் கொண்டு மலர்க்கொடி தனது முத்துப் பற்களை மூடி வைத்திருந்தாள். உண்மைதானே! விலையுயர்ந்த வஸ்துக்களைச் சற்றுப் பத்திரமாக வைத்துக் கொண்டுதானே இருக்க வேண்டும். வைர மோதிரத்தை வெல்வெட்டுப் பெட்டியிலும், வரகரிசியை வாசலிலும்தானே போட்டு வைப்பார்கள்.

மலர்க்கொடியின் அங்கங்கள் ஒன்றை ஒன்று சண்டைக்கு இழுத்தபடி இருந்தன. கண் சொல்லிற்று “நான் எவ்வளவு அழகாக இருக்கிறேன் பார். கடல் அலைபோல நான் பாய்வதை நோக்கு. அந்த மோகன மிரட்சியைக் காணு” என்று. புருவங்கள் “சும்மா கிட கண்ணே! நான் மதனன் வில்போல வளைந்து கொடுக்கும் காட்சியன்றோ உன் அழகை எடுத்துக் காட்டுகிறது! நானில்லாவிட்டால் நீ எங்கே, தங்கப் பெட்டிக்குத் தகதகப்பு. வைரத்திலே உள்ள ஒளி -

இவைபோலக் கண்ணின் வனப்புக்கு நானன்றோ காரணம்'' என்று சொல்லிற்று. நெற்றி சும்மா இருந்ததா? நான் பரந்து பளபளத்து பேழை என இல்லாவிடில், இந்தப் புருவமோ, கண்களோ எங்கு தங்கும் என்று வினவிற்று. "என்னைக் கண்டு காதகரும் காமுறும் அளவு உள்ளேன். நானின்றி நல்ல கண்ணோ, புருவமோ--, நெற்றியோ ஏது'' என்று கன்னங்கள் கொஞ்சின. 'மன்னனுக்கு முடிபோல, மாலைக்கு மணம் போல நான் இருக்கும் வனப்பு என்ன பாருங்கள்'' என்று கூந்தல் கூவிற்று. இப்படி ஒவ்வோர் அங்கமும் ஒன்றை ஒன்று வம்புக்கிழுக்கும் அளவு வனப்புள்ள மங்கை, மலர்க்கொடி.

எனவே அவளால், மனத்துக்கும் வாலிபருக்கும் நேரிட்ட போராட்டங்களோ இவ்வளவு அவ்வளவல்ல.

எத்தனையோ அதிகாரிகள் தமது பீடத்திலமர்ந்து இந்தப் பெண்ணை எண்ணியபடி, தமது கடமையை மறந்ததுண்டு. எத்தனையோ இளைஞர்கள், இவளன்றோ வாழ்க்கையின் வழிகாட்டி, இன்பத்தின் இல்லம், இவளன்றி நாம் ஏன் இருப்பது உலகில்'' என்று எண்ணி ஏங்கியதுண்டு.

மலர்க்கொடியின் மனம், பல்வேறு மாற்றங்களுக்குப் பிறகு, சங்கரன் மீது சென்றது. நினைத்தது அவனையே மணப்பது என்று அவளும் எண்ணினாள். அவள் எண்ணத்தை அறிந்ததும் அவன் துள்ளினான். படிப்பு முடிந்து பரீட்சை தேறியதும் மணம். எனவே நாளை எண்ணிக் கொண்டும், ஏட்டைத் தள்ளிக் கொண்டும், "என்று வரும் அந்நாள்?'' என்று மந்திரம் ஓதியபடி இருந்தாள். மங்கம்மாளுக்கு, மலர்க்கொடிதான் செல்வம். அந்தப் பூஞ்சோலையில் விளைந்தது அது ஒன்றுதான்! ஒன்றே போதுமே. அது ஒப்பற்ற கொடியன்றோ!

மங்கம்மாளுக்கு நவநாகரிகத்திலே விருப்பம். அதனுடைய மேற்பூச்சுக்களில் மட்டுமல்ல. கருத்துக்களில் வேட்கை. தன்

வாழ்க்கையிலே நாகரிகக் கோட்பாடுகளைப் புகுத்தி வாழ்ந்தனர். மலர்க்கொடியும் அப்படியே.

சங்கரன் பார்வைக்கும், பேசும்போதும் நாகரிக புருஷனாகவே காணப்பட்டான். ஆனால் உள்ளத்திலே வைதீகம் குடிகொண்டிருக்கிறது என்பது மங்கம்மாள் கருத்து. அதனையே தன் மகளுக்கும் எடுத்துக் கூறினாள். மலர்க்கொடி அதனை நம்பவில்லை. நம்பாதுதான் நகைத்தாள்.

"சிரிக்கிறாயா? ஏனோ?" என்று மங்கம்மாள் கேட்டாள்.

"இல்லையம்மா! அவனைக் கூட சந்தேகிக்கிறாயே என்று தான் சிரித்தேன். நேற்று கூட அவர் தமது கல்லூரி மாணவர் சங்கத்திலே "மூடநம்பிக்கையும் முற்போக்கும்" என்பதைப் பற்றி மிகத் தீவிரமாகப் பேசினாராம்" என்றாள் மலர்க்கொடி.

"பேசலாம். அதை யாரம்மா இல்லை என்று சொன்னது? காரியத்திலே காட்ட வேண்டுமே. அதுதான் தேவை. உங்கள் பள்ளி வாத்தியாருக்குக் கிரகணம் எப்படி உண்டாகிறது என்பது நன்றாகத் தெரியும். அதை உங்களுக்குச் சொல்லியும் கொடுக்கிறார். ஆனால் கிரகணத்தன்று அவர் எங்கே இருக்கிறார்" என்று மங்கம்மாள் கூறினாள். மலர்க்கொடி "ஆமாம்! அர்த்த நாரீசுவர ஐயர் அவசியம் குளத்தங்கரைக்குத்தான் செல்வார். மறக்கமாட்டார்" என்றாள்.

"அதைத்தான் சொல்கிறேன் நானும்" என்றாள் மங்கம்மாள்.

* * *

பாழாய்ப் போன சூரியன் ஏன் இப்படிப் பாடுபடுத்து கிறானோ தெரியவில்லையே. நெருப்பிலே போட்டு வாட்டுவதைப் போல வாட்டிவிடுகிறான். கால் கொப்பளித்து

விடும்போல இருக்கிறது என்று காலை முதல் மாலை வரை கூறுபவரிடம், அதே சூரியன் மாலையிலே மறைகிற நேரத்திலே ஓர் அரைமணி நேரம், அளவு கடந்த புகழ்ச்சியைப் பெற்று விடுகிறது. வானத்திலே சூரியன் மறையும்போது கிளம்பும் அந்தச் செந்நிறம் எவ்வளவு சொகுசு! கண்களுக்கு அதுதரும் குளிர்ச்சி எவ்வளவு! காவியக்காரரையும் ஓவியக்காரரையும் அந்தக் காட்சி தூண்டி விடுகிறது காதலருங்கூட அவ்வேளையில் மிக 'குஷாலாக' இருப்பதுண்டு. "ஏண்டி மாரி, எடுத்துக்கோ கூடையை; அரிவாளைப் போட்டாயா. ஆகட்டும் புறப்படு வீட்டுக்கு" என்று கொஞ்சினபடி குப்பன் மாரியுடன் களத்தை விட்டுப் புறப்படும் நேரம்.

"அதோ பார் கோடியிலே உம்! அப்பா, வருகிறார் பார். கூப்பிடு, "அப்பா - அப்பா!" என்று தனது குழந்தையைத் தபாலாபீசாக வைத்துக் கொண்டு, வேலையினின்று விடுபட்டு வீடு திரும்பும் கணவருடன் மாதர் கொஞ்சும் வேளை.

அந்த வேளையிலே, பங்களா தோட்டத்திலே, "தம்பி! ஏன் இந்தக் கிளாஸ்கோ பிஸ்கட்டு பிடிக்கவில்லையா" என்று மங்கம்மாள் கேட்க, அதுவரை, மலர்க்கொடியின் கண்களிலே கோடிப் பொருளைக் கண்டு கண்டு களிப்படைந்து கொண்டிருந்த சங்கரன், "ஏன் பிடிக்காது! எனக்கு ரொம்ப இஷ்டமாச்சே" என்று கூறியபடி ஸ்பூனை தவறாக எடுத்து வாய்க்கு அருகில் கொண்டு போக, மலர்க்கொடி நகைக்க, மங்கம்மாள் புன்சிரிப்பு கொள்ள, சங்கரன் முகத்திலே அசடு தட்ட வீற்றிருக்கும் காட்சி காணப்பட்டது.

"மாலை நேரத்திலே தம்பி, மனது குளிர்ந்து இருக்குமல்லவா?" என்றாள் மங்கம்மாள். "மனது குளிர்ந்ததோ இல்லையோ! டீ! குளிர்ந்தே போய்விட்டது" என்றாள் மலர்க்கொடி.

“ஆமாம்! ஆமாம்!” என்று இரண்டிற்கும் பதிலளித்தான் சங்கரன். “நாளைக்கு நாம் மூவரும் நத்தம் ஜெமீன்தாரின் விருந்துக்குப் போகவேண்டும். மாலை 5 மணிக்கெல்லாம் இங்கே வந்துவிடு. காரில் மூவருமாகப் போவோம்” என்று மங்கம்மாள் கூறினாள். “சரி” என்றான் சங்கரன். பிறகு மூவருமாகப் பல விஷயங்களைப் பற்றி பேசிக் கொண்டனர். இரவு 7 மணிக்குக் கலைந்தனர். மறுதினம் மாலை குறிப்பிட்ட நேரத்தில் சங்கரன் வந்து சேர்ந்தான். விருந்து நடக்கும் நத்தம் ஜெமீன்தாரின் மாளிகைக்குச் சென்றனர்.

விருந்துக்கு, அநேக சீமான்களும் சீமாட்டிகளும் வந்திருந் தனர். நகை அணிந்திருக்கிறாளே அந்த அம்மைதான் அகிலாண்டேஸ்வரி. அதோ சிரிக்கிறார் பார். பல்லிலே கொஞ்சம் தங்க முலாம்கூட இருக்கிறதே, அவள் யார் தெரியுமா, அன்னம்மாள். மணபுரி ஜெமீன்தாரரின் மருமகள். அவள் கணவன் சீமைக்குப் போயிருக்கிறான். அதோ அவர்தான் வைர வியாபாரி வரதராஜ செட்டியார். அது சுபேதார் சுந்தரம் - டாக்டர் ரகுராமன் - என்று விருந்துக்கு வந்தவர்களை எல்லாம் மங்கம்மாள். வந்தவர்களும் இந்த மூவரையும் அறிந்து கொண்டு, உபசார மொழிகள் உரைத்தனர். விருந்து முடிந்து போகும் நேரத்திலே, ஒரு நடுத்தர வயதுடையவர் மங்கம்மாளை அணுகி வந்தார்.

“சௌக்கியந்தானா, சுந்தரம்! சௌந்தரவல்லி எப்படி இருக்கிறாள்” என்று மங்கம்மாள் கேட்டாள். “சுகந்தான் மங்கு! சௌந்திரம் ரங்கூனுக்குப் போனாள். அங்கு நாடகம் நடக்கிறது. முடிந்துதானே வருவாள்” என்றான் சுந்தரம். “இதுதான் என் தங்கை புருஷன் சுந்தரம்” - என்று மங்கம்மாள், அவரைச் சங்கரனுக்கு அறிமுகப்படுத்தி வைத்தாள். சங்கரன் கைக்குலுக்கினான். மலர்க்கொடியைச் சுந்தரம் தட்டிக் கொடுத்து, “ஏ! அப்பா இவ்வளவு பெரிய பெண்ணாகி விட்டாயா நீ” என்று கேலி செய்தான். கொஞ்ச நேரம்

சென்றதும் விருந்துக்கு வந்தவர்கள் வீடு திரும்பினர். நமது கதாபத்திரங்களும் தத்தமது வீடு சென்றனர். வீட்டிற்குப் போனதும் மங்கம்மாள் மலர்க்கொடியைப் பார்த்து, "ஏன் பெண்ணே! நாம் சௌந்திரத்தைப் பற்றிப் பேசும்போது, உன் சங்கரன் முகம் எப்படி இருந்தது கவனித்தாயோ" என்று கேட்க, மலர்க்கொடி, "ஒரு மாதிரியாகத்தான் இருந்தது" என்றாள் மங்கம்மாள். "போகப் போகத் தெரியும்" என்று கூறினாள். உள்ளபடி, சௌந்திரம் என்ற நாடகக்காரியின் அக்காள் மகள் மலர்க்கொடி என்ற சேதி சங்கரனுக்கு விசாரத்தைத்தான் கிளப்பிவிட்டது. அவன் அதுவரை எண்ணிக் கொண்டிருந்தது, சிங்களச் சீமாட்டி மங்கம்மாளின் மகள் மலர்க்கொடி என்பதே. அது ஒரு நாடகக் குடும்பம் என்பது தெரியாது. சிங்கள நாட்டிலே பல ஆண்டுகள் இருந்துவிட்டு சென்னைக்கு வந்த குடும்பமென்றும், அதிலே மணம் புரிந்து கொள்வது தனக்குப் பெருமை என்றும் எண்ணினான் சங்கரன். அன்றைய விருந்தின்போதுதான் தெரிந்தது விஷயம். நாடகக்காரி சௌந்திரம்! அவள் தமக்கை மங்கம்மாள். இவளும் ஒரு நாடகக்காரிதானே. இவள் மகளா மலர்க்கொடி! ஐயோ இவளை நான் மணம் புரிந்து கொள்வதா, நாடு நகைக்காதா, கூத்தாடிச் சிறுக்கியை, கொங்கு நாட்டு வேளாளக்குடியில் பிறந்த நானா மணப்பது? என் குடிப்பெருமை என்னாவது. சீச்சி! ஐயோ! என்று விசாரப்பட்டான் சங்கரன். ஜாதி உணர்ச்சி அவனுக்கு அவ்வளவு இருந்தது.

* * *

சிங்களச் சீமாட்டி என்று பலராலும் அழைக்கப்பட்ட மங்கம்மாள் நல்ல நாயுடு வகுப்பு. சிறுவயதிலேயே விதவையாகிவிட்டாள். பள்ளியில் படித்துக் கொண்டிருக்கும் போதே மங்கம்மாளுக்குப் பாட்டிலும் நடிப்பிலும் அதிக பிரியம். பள்ளிக் கூடத்தில் நடக்கும் எந்த விழாவுக்கும் மங்காதான் பாட வேண்டும். மங்காவும் தங்குதடையின்றிப்

பாடுவாள். வந்த பிரமுகரும் தட்டிக் கொடுத்துவிட்டு, ‘சாரீரம் ரொம்ப ஜோர். பாடும்போதே காது குளிருகிறது என்று சொல்லாமற் போவதில்லை. விதவையாகும் வரையிலே, மங்கம்மாள் பாடுவது கிடையாது. பாட்டு பாடினால் பதி தன்னைப் பற்றி என்ன எண்ணுகிறாரோ என்ற பயம். விதவையான பிறகு பிழைப்புக்கு வழியாகப் பாட்டுத்தான் உதவிற்று. அண்டை அயலார் வீட்டுக் குழந்தைகளுக்கு நலங்கு பாட்டு கற்றுக் கொடுப்பது, சின்ன சின்ன சிங்காரப் பாட்டு தங்கமே, தங்கம், கும்மி முதலிய பாட்டுகள் கற்றுக் கொடுத்து வந்தாள், ஒரு தினம் ஒரு வீட்டுக் குழந்தைக்கு.

“திருவெற்றியூர் தேர் வருகுது திரும்பிப் பாரடி!
கண்ணே திரும்பிப்பாரடி, உன் மடியில் இருக்கும்
மக்காச்சோளத்தைத் தின்னு பாரடி”

என்று பாட்டு கற்றுக் கொடுத்துக் கொண்டிருந்த சமயத்தில் அந்த வீட்டுக்கு வந்திருந்த ஒருவர், பாட்டைக் கேட்டு சொக்கி விட்டார். பலே பேஷ் என்று கொண்டாடினார். பிறகு மெதுவாக மங்கம்மாளிடம பேச ஆரம்பித்து, கடைசியில் தமது நாடகக் கம்பெனியில் நடிகையாகச் சேர்த்துக் கொண்டார். மங்கம்மாளின் புகழ் மலேயா, சிங்கப்பூர் பூராவும் பரவிற்று. பாட்டிலும் நடிப்பிலும் இணையில்லை என்று பெயர் எடுத்தாள். மதனசுந்தரி அது மங்கம்மாளின் நாடகப்பெயர். பணமும் சேர்த்துக் கொண்டாள். பணத்துடன் பிறந்ததுதான், மலர்க்கொடி இத்தனை சேதியும் சங்கரனுக்கு முதலில் தெரியாது. சிங்கள நாட்டிலிருந்து விட்டு சென்னை திரும்பி ஒரு பிரபல குடும்பம் என்பதுதான் இவன் முதலில் கேள்விப்பட்டது. சங்கரன் பெற்றோரை இழந்த ஒரு கொங்குவேளாளன். பெருங்குடி, செல்வம் கொஞ்சம் இருந்தாலும் தனது ஜாதி உயர்விலே மட்டற்ற நம்பிக்கை உண்டு. அந்த உணர்ச்சி உள்ளத்திலே எங்கேயோ தூங்கிக் கொண்டிருந்தது. அன்று விருந்திலே மங்கம்மாள், ஒரு

நாடகக்காரி என்பது தெரிந்த உடனே, உணர்ச்சி பொங்கி மேலிட்டு வெளிவந்தது.

* * *

சேற்றிலே செந்தாமரை போல, இந்த மலர்க்கொடி கடைசியில் ஒரு நாடகக்காரியின் மகளாகவா இருக்க வேண்டும்? என்னென்பேன் என் அதிர்ஷ்டத்தை? அந்தப் பேரழகியை நான் மணந்தால் ஊரார் என்னை நேரில் ஏதும் கூறாவிட்டாலும் மறைவாகவேனும் நாடகக்காரியைக் கல்யாணம் செய்து கொண்டவன் என்றுதானே தூற்றுவார்கள். நான் எங்ஙனம் அதைக்கேட்டு சகிப்பேன் - என்று எண்ணி சங்கரன் விசாரப்பட்டான். மலர்க்கொடியின் அழகு. அவள் மீது அவன் கொண்ட காதல், ‘ஜாதியாவது பாழாவது சங்கரா, அவளை நீ நேசிக்கிறாய். அவள் உன்னை நேசிக்கிறாள் - நல்ல ஜோடி. அவ்வளவுதானே கலியாணத்திலே கவனிக்கப்பட வேண்டிய விஷயம்’ என்று சொல்லிற்று. ‘சீச்சி! கூத்தாடி பெண்ணையா மணப்பது! கேவலமல்லவா? ஒரு மாடு வாங்கவதானாலும் எத்தனை குறிகள் பார்த்து வாங்குகிறோம்’ என்று எச்சரித்தது ஜாதி உணர்ச்சி.

எனவே, சங்கரன், மலர்க்கொடியின் புகைப்படுத்தைப் பார்ப்பதும், சிந்திப்பதுமாக ஒரு வாரங் காலந்தள்ளினான். அந்த ஒரு வாரமும் அவனுடைய முகத்தைக் காணாத மலர்க்கொடி வாடினாள். மங்கம்மாள், “என் பேச்சு சரியெனத் தோன்றுகிற தல்லவா குழந்தாய்! சங்கரன், எப்படி ஒரு டிராமாக்காரியின் பெண்ணை மணப்பது என்று எண்ணுகிறான் பார்! அவனை விட்டதா அந்தப் பழங்காலக் கொள்கை!” என்று கூறினாள்.

“இவ்வளவுதானா! நான் ஒரு நாடகக்காரியின் மகள் என்ற காரணத்திற்காக என் மீது இவர் வைத்திருந்த காதல் எப்படி

மாறுவது? என் தாய் நாடக்காரி என்றதால் எனது (3-9-39இல் சங்கரன் எனும் கொங்குவேளாள இளைஞர், மலர்க்கொடி எனும் மங்கையைக் காதலிக்கிறார்.) இலட்சணத்திலே எது மாறிவிட்டது? என் உள்ளத்திலே இவர் என்ன தவறு இருப்பதாகக் கருதுகிறார். என்னே ஜாதிப்பித்து!" என்று எண்ணி எண்ணி ஏங்கினாள் மலர்க்கொடி.

ஜிலுஜிலுவென்ற காற்றும், சிறு தூறலும் இருந்தால்தானே பூஞ்சோலை பூத்துப் பூரித்து நிற்கும். அதைப்போல காதலில் சிக்குண்டவர் முன்பு காதலை ஊட்டியவர், நின்று பேசினால்தானே அவர்களுக்கு இன்பம்.

சங்கரனோ, மலர்க்கொடியின் மாளிகைக்கு வருவதில்லை. மலர்க்கொடியோ வாடி வதைபட்டாள் பாவம். சங்கரனுக்கு வருத்தந்தான். ஆனால் அவன் அதனைத் தீர்த்துக் கொள்ள வேறு மார்க்கத்தைத் தேடினான். நண்பர்களிடம் சென்று முறையிட்டான். அவர்களிலே சிலர், "ஒரு டிராமாக்காரிக்காக ஏனப்பா இப்படி ஏங்குகிறாய்" என்றும், "என்னடா பித்தனாக இருக்கிறாய்? ஆகட்டும் கலியாணம் செய்து கொள்கிறேன் என்று சொல்லேன்! காரியம் முடியட்டுமே. பிறகு பார்த்துக் கொண்டால் போகிறது" என்றும், "பைத்தியக்காரப் பேர்வழி, இத்தனை நாளாக ஒரு 'சான்ஸ்' கூட அகப்படவில்லையா?" என்றும் சொன்னார்களே யொழிய ஒருவராவது, "நீ காதலிக்கும் மங்கையை மணக்க ஜாதி ஏன் குறுக்கிடுவது" என்று உண்மையைக் கூறவில்லை.

இன்பம் வேண்டும்; ஆனால் அதைப் பெற இடர்மட்டும் வரக்கூடாது. போகம் வேண்டும்; ஆனால் பொறுப்பு இருக்க லாகாது என்ற எண்ணம் அந்த இளைஞர்களுக்கெல்லாம்.

மலர்க்கொடியைத் தனது காமக்கிழத்தியாக்கிக் கொள்வது என்று சங்கரன் எண்ணினான். மணஞ்செய்து

கொண்டால்தானே ஊரார் ஏசுவார்கள். கூத்தி என்று கொண்டால் என்ன சொல்லப் போகிறார்கள். என்னமோ பிள்ளையாண்டான் சற்று துடியான ஆள். அவள் வலையிலே விழுந்து விட்டான். இது சகஜந்தானே! அவனும் சந்நியாசியல்ல. அவளும் பத்தினியல்ல என்று சொல்வார்கள். அவன் வேறு ஜாதியாச்சே - இவள் வேறு ஜாதியாச்சே! அவளை இவன் கூடுவதா என்று கவலைப்பட மாட்டார்கள். அது சகஜமானதாகி விட்டது. ஆனால் அதே மங்கையைக் கலியாணம் செய்து கொண்டால் மட்டும் ஐயோ எனப் பதைப்பார்கள். ஆகுமா என்று அலறுவார்கள். இது என்ன கோலம் என்று கேட்பார்கள். உலகத்தின் போக்கு இது!

* * *

மெல்ல மெல்ல சங்கரனின் உள்ளத்திலே கள்ளத்தனமான எண்ணங்கள் எழ ஆரம்பித்தன. ஜாதீய உணர்ச்சி அவனை மலர்க்கொடியை மணக்கக் கூடாது. ஆனாலும் அவளை அடையவேண்டும் என்ற எண்ணத்தைத் தந்துவிட்டது. எனவே, அவன் சாகசமாகத் தன் காரியத்தைச் சாதித்துக் கொள்ள வேண்டுமெனக் கருதினான். நல்ல காரியம் செய்வதென்றால் அவ்வளவு விரைவில் யோசனைகள் வருவதுண்டு. எனவே சங்கரன் எப்படியோ மிகத் தாழ்ந்த விதமான சூது செய்யவுந் துணிந்து விட்டான். ஒரு நாள் மாலை மலர்க்கொடியும் மங்கம்மாளும், தோட்டத்திலே உலவிக் கொண்டிருக்கையில் ஓர் ஆள் அங்கு வந்து சங்கரன் தந்ததாக ஒரு கடிதம் தந்தான். மலர்க்கொடி அதைப் பிரித்துப் பார்த்தாள்.

அன்பே,

எனக்குத் திடீரெனக் காய்ச்சல் வந்துவிட்டது. ஆகவே நான் அங்கு வரமுடியவில்லை; இன்றிரவு எட்டு மணிக்குத் தயவு செய்து என் அறைக்கு வர வேண்டும். கண்ணே, உன்னைக் காணாது எனக்குப் பெரிதும் கவலையாக இருக்கின்றது! தேவி

உன் தரிசனத்தைக் கொடு. தவறாது வா. தவறக் கூடாது. தவறவே கூடாது.

இப்படிக்கு,
உனது காதலன்,
சங்கரன்

என்று எழுதப்பட்டிருந்தது. மலர்க்கொடி-, கடிதத்தைத் தாயிடம் தந்தாள். மங்கம்மாள் படித்துவிட்டு, ''சரி! சங்கரன் சூது செய்வான். இனி அவன் மனம் கெட்டுவிட்டது. இனி நான் சொல்வது போல் நட மகளே. உன்னைச் சங்கரன் கெடுத்து விடுவான். இங்கே வா'' என்று கூறி, நெடுநேரம் ஏதோ பேசிக் கொண்டிருந்தாள்.

இரவு எட்டு மணிக்கு, சங்கரன் அழைத்தபடி, மலர்க்கொடி சென்றாள். ஆனால், அவளுக்கு முன்பு இருந்த உற்சாகம் இல்லை. சங்கரனின் உண்மைச் சுபாவத்தைத் தெரிந்து கொள்வது என்ற யோசனையிலேயே அங்குச் சென்றாள்.

சங்கரன், அவளுக்காகக் காத்துக் கொண்டிருந்தான். மலர்க் கொடியைக் கண்டதும் நகைத்தான். ‘மயிலே, குயிலே, மானே தேனே’ எனக் கொஞ்சினான். மலர்க்கொடி பழையபடி சிரிக்க வில்லை. முன்புபோலப் பேசவில்லை. இவ்வளவும் வெளிவேஷந்தானே என்று எண்ணும்போது அவளுக்குத் துக்கம் பொங்கி எழுந்தது. அதனை அடக்கிக் கொண்டு மங்கை பேசினாள். ''உடம்பு காய்ச்சல், என்று எழுதினீர்களே.''

''உள்ளத்தில் காய்ச்சல், உடம்பில் அல்ல.''

''உம்! சரி, உள்ளத்துக் காய்ச்சலுக்குக் காரணம் யாதோ?''

“உல்லாசி! உன்னால் வந்ததுதான். வா இங்கே. என் பக்கத்திலே அமரு. எதா ஒரு முத்தம், ஒரே ஒரு முத்தம் கொடு. பார்ப்போம்.”

“பலே! சங்கர், இவ்வளவு தூரம் வளர்ந்து விட்டதா உமது சாகசம். திடீர் வளர்ச்சியாக இருக்கிறதே.”

“காதலி! இதிலே சாகசமேது. உன்னைக் கண்டால் என் மனம் அவ்வளவு பூரிக்கிறது. ஒரு முத்தம் தாராயா? நான் யார்? உன் காதலன் அல்லவா!”

“நீர் யார்! ஒரு வேளாளர்! அழகுள்ள மங்கை எவளேனும் அகப்பட்டால் அவளைச் சேர எண்ணும் சொகுசுக்காரர்.”

“கோபமேன் பெண்ணே!”

“கோபம் ஏன், உள்ளபடி! ஒரு நாடகக்காரியின் மகள் கோபிக்கலாமா! அதிலும் ஒரு வேளாள இளைஞர், படித்தவர், முத்தம் கொடு என்று கேட்பதே அவளுக்குப் பாக்கியமல்லவா? கிடைக்குமா, அவளுக்கு இவ்வளவு பெரிய பாக்கியம்!”

“மார்க்கொடி! நீ ஏதோ சந்தேகங்கொண்டு பேசுகிறாய். நீ நாடக்ககாரியின் மகளானாலென்ன, உன்னைத்தானே நான் மணம் செய்து கொள்ளப் போகிறேன்! என் காதலியின் கரத்தைப் பிடித்திழுத்துக் கட்டில்மீது தூக்கிப் போட்டு முத்தமிட எனக்கு உரிமை இல்லையா, முடியாதா என்னால்...”

“முடியும், நான் ஏமாந்தால்!” என்று சொல்லிக்கொண்டே மலர்க்கொடி, சங்கரன் தாடையிலே வைத்தாள் ஓர் அறை. அதே நேரத்திலே அவள் கண்களிலே நீர் ததும்பிற்று.

மங்கம்மாளும் அந்த அறைக்கு வந்தாள். "அம்மா நான் ஏமாந்தேன் - இவனை நம்பினேன். இவன் கடைசியில் என்னை வெறும் காமப் பொருளாகக் கருதுகிறான். நீ சொன்னது உண்மை. முற்றிலும் உண்மை. என்னை இந்த இடத்தை விட்டு அழைத்துக்கொண்டு போய்விடு" என்று அழுது தாயின் மார்பிலே சோர்ந்து கொண்டிருந்த சங்கரனை உற்று நோக்கினாள். "சங்கரா! ஜாதியை நீ காப்பது போலத்தான் நானும் என் மகளைக் காப்பேன். மலர்க்கொடியும் தன் மானத்தைக் காப்பாள்" என்று கூறினாள். தாயும் மகளும் வீடு சென்றனர். சங்கரன் சோர்ந்து படுக்கையில் சாய்ந்தான், தன் சாகசம் தோற்றதே - சாயம் வெளுத்ததே, மலர்க்கொடியை இழந்தோமே என்று.

"சங்கர்! என்ன, என் யோசனைப்படி முடித்துவிட்டாயோ! மலர்க்கொடி வரும்போது நான் பார்த்தேன்" என்று கேட்டான், சங்கரனுக்கு யோசனை கூறிய சதாசிவம்.

பகுதி: 2

"சதாசிவம்! முழுத்தோல்வி! அந்த மங்கா என்னைப் பற்றி மலர்க்கொடியிடம் ஏதேதோ கூறிவிட்டாள். இனி என்னால் அவளை அடைய முடியாது. கலியாணம் செய்து கொள்வதனாலும் நடக்காது. என் மீது அவர்களுக்கு அளவு கடந்த வெறுப்பு உண்டாகிவிட்டது" என்றான் சங்கரன். "நான்சென்ஸ்! அப்படித்தான் இருக்கும் முதலிலே, பாபம்! நீ கலியாணம் செய்து கொள்வாய் என்று நம்பினார்கள். இப்போதுதானே விஷயம் தெரிந்தது. அதனால்தான் ஆத்திரம் அவர்களுக்கு. போகப் போகத் தணிந்து விடும். நீ மட்டும் சற்று பிகுவாக இருக்க வேண்டும். ஏதோ சோகமடைந்தவனைப் போல இருந்தால் அவர்கள் வழிக்கு வரமாட்டார்கள்" என்றான் சதாசிவம். 'நண்பா! எனக்கு ஒரு பயமிருக்கிறது. வேறு யாராவது மலர்க்கொடியை மணம் புரிந்து கொண்டால் என்ன செய்வது. பிறகு நான் என்னாவது?' என்றான்.

"அதற்கெல்லாம் தக்க ஏற்பாடுகள் செய்கிறேன். எழுந்திரு! வெளியே போய் சற்று 'ஜாலியாக' இருப்போம், உன் மனமும் சாந்தியடையும். வா போவோம்!" என்றழைத்தான் சதாசிவம்.

"எங்கே போவது?"

"ஜீவா வீட்டுக்கு"

"ஜீவாவா, யாரது?"

“வந்து பார்! உன் மலர்க்கொடி, கிலர்க்கொடியை எல்லாம் தூக்கித் தூரப்போட்டு விடுவாள். மந்திரசாமித் தெருவுதாசி, ஜீவா தெரியாதோ உனக்கு.”

“சீச்சி! நான் வரமாட்டேன். யாராவது கண்டால் ஏதாவது சொல்வார்கள்.”

“சொன்னார்கள்! வா, போவோம்” - என்று வலிய சங்கரனை அவன் தோழன் தன் கூத்தி வீட்டுக்கு அழைத்துச் சென்றான்.

* * *

ஜீவா ஜடைவாரிக் கொண்டிருந்தாள். மேற்பூச்சு வேலைகள் இல்லை. அது மாலையிலே நடக்கும். இருந்த போதிலும் பரவாயில்லை. கண்ணுக்குக் காட்சியாகத்தான் இருந்தாள். ஆனாலும் அதனை உணர்ந்தவர் அநேகர் என்பது, ஜீவாவின் கன்னங்களிலே பளபளப்பு குறைந்ததிலிருந்தே தெரிந்து கொள்ளக்கூடும். “சங்கர்! இதோ பார், என் ஜீவாவை. மலர்க்கொடி மலர்க்கொடி என்று அழுகிறாயே தம்பி, இதோ பாரப்பா பார்” - என்றான் சதாசிவம். சங்கரனுக்குக் கொஞ்சம் வெறுப்பாகத்தான் இருந்தது, என்னடா இது - இவ்வளவு பச்சையாகப் பேசுகிறானே என்று. ஒரு மாதின் எதிரிலே அவளைவிட மற்றொருத்தி அழகு என்று சொல்வதைப்போல் ஆபத்துண்டோ! “சொல் அப்பா! யார் அழகு? என் ஜீவாவா மலர்க்கொடியா” - என்று மறுபடியும் கேட்டான் சதாசிவம்.

“உனக்கு ஜீவா அழகு - எனக்கு மலர்க்கொடி” என்று சமரசமாகக் கூறினான் சங்கரன்.

“எந்த மலர்க்கொடியைப் பற்றிப் பேசுகிறீர்கள். அந்த நாடகக்காரி பெண்ணா!” என்று ஜீவா கேட்டாள். “ஆமாம்” என்றான் சதாசிவம்.

“அவள் அழகுதான்! டிராமாகாரிகள் அழகில்லாமல் இருப்பார்களா! அவர்களுடைய பார்டர் சேலையும், கர்ல் கூந்தலும், தளுக்கும் குலுக்கும், எங்களுக்கு எங்கிருந்து வரும்? நாங்கள் பரம்பரையாகப் பார்த்தசாரதி கோவிலுக்கு முத்திரை! ஏதோ ராமா, கோவிந்தா, கிருஷ்ணா என்று காலங்கழிப்பது” என்று ஜீவா தன் பெருமையைப் பேசினாள். “கேள் ஜீவா கதையை, அந்தக் கூத்தாடி சிறுக்கியை! கலியாணம் செய்து கொள்ள வேண்டுமாம் இவர்! நான் மட்டும் இல்லாவிட்டால், அந்த மங்கா மெதுவாக என் நண்பனை மாட்ட வைத்து விட்டிருப்பாள். ஆசாமி தலைகால் தெரியாமல் ஆடினான்” என்றான் சதாசிவம்.

சங்கரன் “இதேது தொல்லையாகப் போச்சு! நான்தான் விட்டுவிட்டேனே அந்த எண்ணத்தை” என்று கூறினான்.

“அது இல்லை, என்ன அவள் அவ்வளவு அழகு? அவளைக் கண்டு இவர் எப்படிச் சிக்கிக் கொண்டார்! இவரைப் பார்த்தால் ராஜா போல இருக்கிறதே. அவள் என்ன ஏதோ சிவப்புத் தோலும், நாரும் நரம்புமாக இருக்கிறாள். அவ்வளவு அழகா அவள்” என்று ஜீவா சங்கரனைக் கேட்டாள். “என் கண்களுக்கு...” என்று இழுத்தாற்போல் பதில் சொன்னான் சங்கரன்.

“ராஜா மெச்சினது ரம்பை” என்றாள் ஜீவா. சம்பாஷணை வளர்ந்து. கடைசியிலே ஜீவா மலர்க்கொடியைப் பற்றி சொல்லாத ‘சொட்டு’ இல்லை. ‘அவள் கண் திருட்டுக் கண். கைகால்கள் நோயாளிக்கு இருப்பதைப் போல் இருக்கிறது. தலைமயிர் ஆயிரத்தெட்டு கோணல்! ரொம்ப கர்வம்; நடப்பது அசல் டிராமா நடை. சிரிப்பு வெறும் சூது” என்று ஜீவா அடுக்கடுக்காக அடுக்கினாள்.

சங்கரன் அவ்வளவையும் கேட்டுக் கொண்டே இருந்தான்.

ஒரு வாரத்துக்கு முன்பு மட்டும், வேறு யாரேனும் மலர்க் கொடியைப் பற்றி ஜீவா சொன்னதைப் போல ஒரு வார்த்தை சொல்லியிருந்தாலும் சங்கரன் துள்ளியிருப்பான். இப்போது அப்படியில்லை.

முன்பு மலர்க்கொடி காதலி; இப்போது டிராமாக்காரி. எனவே, தன் எதிரிலேயே அவள் இழிவாகப் பேசப்பட்டும், காது கொடுத்துக் கேட்டுக் கொண்டும், இடையிடையே சிரித்துக் கொண்டும் இருந்தான் சங்கரன்.

அன்று ஆரம்பமான பொழுதுபோக்கு, அன்றோடு நின்று விடவில்லை; ஜீவா வீட்டுக்குத் தினமும் இரு தோழரும் போக ஆரம்பித்தனர். அங்குதான் மாலை வேளையிலே 'டீ'. பல நாட்கள் அங்கு விருந்து. மேலும் கொஞ்சம் நாட்களுக்குப் பிறகு சதாசிவம் வராவிட்டாலும் சங்கரன் போவது என்ற முறை வளர்ந்து முடிவிலே ஜீவாவே சங்கரனின் வைப்பாட்டியாகவும், சதாசிவம் சங்கரனின் விரோதியுமாகி விட்டான். பரீட்சையில் சங்கரன் தோற்றான். சதாசிவம் ஊர் பூராவும் சங்கரன் மீது பழி தூற்ற ஆரம்பித்து விட்டான். எங்குப் பார்ப்பினும் சங்கரன் பேச்சுதான். "இப்படியா இந்தப் பிள்ளை கெட்டுவிட வேண்டும். ஐயோ பாவம்! ஏதோ படித்தான், கொண்டான்; கடைசியில் ஜீவா வீட்டிலேயே குடிபுகுந்து விட்டானாமே" என்று ஊரார் பேசிக் கொண்டனர்.

மலர்க்கொடிக்கும் இந்தச் சேதி எட்டிற்று. மிக மனம் வருந்தினாள். என் செய்வாள் மங்கை. ஏங்கினாள் தன் காதலனுக்கு நேரிட்ட கதியை எண்ணி!

மலர்க்கொடியின் மனம் புண்ணாவது தெரிந்த மங்கம்மாள் சில காலம் இந்தியாவை விட்டு வெளிநாடு சென்று வருவது

என்று தீர்மானித்தாள். சிலோனுக்குப் போக ஏற்பாடு செய்து விட்டார்கள்.

புறப்படுவதற்கு முன்னால் மலர்க்கொடிக்கு எப்படியாவது சங்கரனைக் கண்டு பேசிவிட்டுப் போக வேண்டுமென்ற எண்ணம்.

ஜீவா வீட்டுக்கு ஆள் விட்டார்கள். சங்கரன், "ஆகட்டும்; நாளைக்கு வந்து பார்க்கிறேன்" என்று கூறி முடிப்பதற்குள், "அவர் அங்கே வரமாட்டார். ஏன் அந்தச் சிறுக்கிதான் இங்கு வருவதுதானே! வந்தால் அவள் கௌரவம் குறைந்து விடுமா, என்ன?" என்றாள் ஜீவா.

வந்த வேலையாளுக்குச் சங்கரன் ஒரு காலத்தில் மலர்க் கொடியிடம் எவ்வளவு அன்பு வைத்திருந்தான் என்பது தெரியும். எனவே, அவன் ஜீவாவின் துடுக்கான பேச்சுக்குச் சங்கரன் என்ன பதில் கூறுவானோ என்று எதிர்பார்த்தபடி இருந்தான். ஜீவா தயாரித்த கிராமபோன் பிளேட்டைச் சங்கரன் பாடினான். "ஆமாம், அவ்வளவு அக்கறை இருந்தால் அவளை இங்கு வரச் சொல்" என்று கூறினான்.

மலர்க்கொடியும் மங்கம்மாளும் சிலோனுக்குச் சென்று பல மாதங்களாகி விட்டன. சங்கரன் அவர்களை மறந்தும் விட்டான். ஜீவாவிடம் ஜீவனைக் கொடுத்ததுடன் நிற்காது, மேலும் பல தொல்லைகளைத் தானாக வரவழைத்துக் கொண்டான். பெண்களிடம் அவனுக்கு அதுவரை இருந்து வந்த கூச்சம் பறந்து விட்டது. ஜீவாவுக்குத் தெரிந்த பெண்களிடமெல்லாம் வெகு தாராளமாகப் பழக ஆரம்பித்தான். அது ஜீவாவுக்குக் கொஞ்சம் கஷ்டந்தான். தாசி என்றபோதிலும் அவள் ஒரு பெண்ணல்லவா! அதிலும் இவன் மீது அவளுக்குக் கொஞ்சம் இஷ்டமுங்கூட. சொத்துப் போய், பரீட்சை போய், வேலையின்றிக் கிடந்த சங்கரனின் வீண்

அதிகாரத்தைக் கூட ஜீவா பொறுத்துக் கொண்டுதான் இருந்தாள்.

“இன்னும் ஒரு மாதத்திலே வேலை வரப்போகிறது. அதுவரை பல்லைக் கடித்துக் கொண்டிருக்க வேண்டும். என்ன செய்வது ஜீவா. உன்னாலே நான் கெட்டேன். என்னாலே நீ கெட்டாய்” என்பான் சங்கரன்.

“எனக்கென்னமோ உங்கள் போக்கே பிடிக்கவில்லை. நல்ல குடும்பத்திலே பிறந்து, செல்வமாய் வளர்ந்து, படித்து, கடைசியில் இப்படிக் கெட்டுவிட்டீர்கள். என்னமோ என் மீது ஆசை வைத்து வந்தீர்கள். அத்தோடு நின்றீர்களா? ஏதோ வேலை பார்த்து, சம்பாதித்து எனக்குக் கொடுத்து, நாம் குடியும் குடித்தனமுமாக இருக்கக் கூடாதா? போன மாதத்திலே ‘செயின்’ மார்வாடி கடைக்குப் போச்சு. இந்த மாதம் இந்த வளையல் போகப் போகிறது” - என்று அழுதபடி சொன்னாள் ஜீவா.

“அழாதே, ஜீவா! நான் நிச்சயம் அந்த நகைகளை எல்லாம் மீட்டுக் கொடுக்கிறேன். அடுத்த மாதம் வேலை நிச்சயம் கிடைக்குமாம். எதிர்வீட்டில் இருக்கிறாரே, எத்திராஜ் நாயுடு அவர் சொன்னார்” என்றான் சங்கரன்.

மறுநாள் ஜீவா, எதிர்வீட்டு எத்திராஜலு நாயுடுவை அழைத்துக் கேட்டாள். அவர் ஒரு சீமை சாராயக் கம்பெனியிலே வேலை பார்த்துக் கொடுப்பதாகச் சொன்னார். ஜீவா தனது கஷ்டங்களை அவரிடம் கூறி, “எனக்கு அவரை விட்டால் கதி இல்லை. அவரும் உற்றார் உறவினரை எல்லாம் விட்டு என்னிடமே வந்து விட்டார். ஏதோ நீங்கள் இந்த உதவி செய்தால் மெத்த புண்ணியமுண்டு” என்று வேண்டிக் கொண்டாள். ‘ஆகட்டும்’ என்று கூறிவிட்டுப் போனார் அவர். எதிராஜலு நாயுடுவை ஜீவா கூப்பிட்டுப் பேசிய சேதி

சங்கரனுக்குத் தெரிந்தது. அவ்வளவுதான். அவனுக்குக் கோபம் பொங்கி விட்டது. குதித்தான். கோபித்தான். "காட்டி விட்டாயே ஜாதி புத்தியை" என்றான். "ஏண்டி ஜீவா! மெல்ல எதிர்வீட்டு நாயுடுவை இழுக்கப் பார்க்கிறாயோ? ஜாக்கிரதை. அப்படி ஏதாவது நடந்தால், கொலை நடக்கும் இங்கே" என்று கூறினான் சங்கரன். 'உனக்காகத்தானே நான் அவரைக் கூப்பிட்டுப் பேசினேன்' என்று வாதாடினாள் ஜீவா.

"தெரியும், உன் சால் ஜாப்பு! எனக்காக வாதாடினாளாம். புதுமாப்பிளை தேடுகிறாயோ...?"

"இதென்ன சனியனா போச்செ, நான் ஏன் தேடுகிறேன்...?"

"நீலி! அப்படியே உருகுகிறாள். என்னைக் கெடுத்தது மன்றி...?"

"யார் யாரைக் கெடுத்தது? ஏன் சும்மா பேசுகிறீர்கள். உன்னாலேதான் ஊரார் சொன்ன சொல்லையும் கேளாது-, மேலே இருந்த நகைகளை விற்று உன் இழவுக்குப் போட்டேன்."

"ராஸ்கல்! என்னடி ஏதேதோ பேசுகிறாய், உதைப்பேன்."

"சும்மா நிறுத்து! உதைக்க மாட்டீர்களா என்ன."

இந்தச் சம்பாஷணையின் காரம் அதிகமாயிற்று. சங்கரன் ஜீவாவை அடிக்கலானான். அவள் ஐயோவென அலறினாள். தெருவில் போவோர் வருவோர் நின்றனர். கும்பல் கூடி விட்டது. அக்கம் பக்கத்து வீட்டார் வந்து சமாதானம் சொன்னார்கள். அன்றுதான் ஒரு விஷயம் விளங்கிற்று ஜீவாவுக்கு. அதாவது சங்கரன் குடிக்கிறான் என்பது.

கெட ஆரம்பித்து விட்டால் அதற்கு ஓர் எல்லையுண்டோ! ஜீவாவின் மனம் கொதிக்கும்படியும், சங்கரன் நடந்து கொள்ள ஆரம்பித்தான். நாயுடு சொன்னபடி வேலை பார்த்துக் கொடுத்தார். வந்த சம்பளத்திலே பாதி சாராயக் கடைக்குச் சென்றது. பாதி பார்வதி வீட்டுக்குப் போயிற்று. பார்வதி ஜீவாவுக்குத் தெரிந்தவள். எவ்வளவோ வற்புறுத்திக் கூறினாள். சங்கரனைத் தன் வீட்டுக்கு வர வேண்டாமென்று கேட்கவில்லை சங்கரன். உருட்டி மிரட்டி அவளையும் சிநேகம் பிடித்துக் கொண்டான். ஜீவா அந்தச் சமயத்தில் கர்ப்பம்! குழந்தை பிறந்து இரண்டொரு மாதம் ஆவதற்குள் சங்கரனை வேலையினின்றும் நீக்கிவிட்டார்கள். அதுமட்டுமல்ல, கணக்கிலே தகராறு என வழக்குத் தொடுத்து விட்டார்கள். போலீசார் தேடிக் கொண்டிருக்கும் சமயத்தில், ஜீவாவுக்குக் கடுமையான ஜுரம். வீடு சோதனை போடப்பட்டது. சங்கரனை ஒளித்து வைத்துக்கொண்டே ஜீவா போலீசை ஏய்க்கிறாள் என எண்ணிப் போலீசார் அவளைக் கண்டித்துப் பேசினார்கள். தூற்றினார்கள். இவ்வளவு தொல்லைகளுக்கிடையே வறுமை அவளை வாட்டிவிட்டது. சங்கரனோ ஊரைவிட்டு ஓடிவிட்டான். ஜுரமோ குறையவில்லை. குழந்தையோ கோடி சூரியப் பிரகாசமாக இருந்தது. அதைக் காணக்காண, “ஐயோ! எப்படி இதைவிட்டு நான் பிரிவேன். என் கண்ணே செல்வமே! கட்டிக் கரும்பே - உன்னை விட்டுப் போவதா?” என்று புலம்பினாள் ஜீவா. ஜுரம் போக வைத்திய வசதி செய்துகொள்ள மிச்சம் மீதி இருந்த சொத்தும் போய்விட்டது. கடைசியில் பிழைப்பது கஷ்டம் என டாக்டர் கூறிவிட்டார். ஜீவாவுக்கு என்ன செய்வதெனத் தோன்றவில்லை.

பார்வதிக்கு ஆள் விடுத்தாள். பார்வதி வந்ததும் குழந்தையை அவள் வசம் ஒப்புவித்தாள். இரண்டொரு நாளிலே ஜீவா இறந்தாள் பாபம்!

இந்த விஷயமெல்லாம் கேள்விப்பட்ட சங்கரன் உள்ளபடி வருத்தப்பட்டான். ஆனால் தலையை வெளியே காட்டுவதற் கில்லை. கிராமத்திலே தனது மாமன் வீட்டில் ஒளிந்து கொண்டு, வாழ்க்கை, சமரசத்துக்குக் கொண்டு வர முயன்றான். அது முடிந்த பிறகுதான் வெளியே வர முடியும்.

சங்கரனின் மாமா, ரிடையர்டு பென்ஷனர். அவர் வழ்க்கை ஒரு சமரச முடிவுக்குக் கொண்டு வந்தார்.
கம்பெனிக்காரருக்குப் பணம் கொடுத்துப் பைசல் செய்து விட்டார். சங்கரன் 'இந்தப் பூனையும் பால் குடிக்குமா' என்றபடி மாமன் வீட்டிலே இருந்து வந்தான். 'இனியாவது புத்தியாகப் பிழை. எனக்கும் வேறே பிள்ளைக்குட்டி கிடையாது. என் சொத்து உனக்குத்தானே சொந்தம்'' என்று கூறினார். சங்கரனுக்கும் கொஞ்சம் புத்தி வந்தது. மாதத்துக்கொருமுறை பார்வதி வீடு சென்று குழந்தையைப் பார்த்துவிட்டு வருவான். சங்கரனின் மாமன் அதற்காக ஒன்றும் குறை சொல்வதில்லை. இவ்வளவாவது நல்லபடி திரும்பினானே என்ற சந்தோஷம் அவருக்கு.

மலர்க்கொடி சிலோனில் 'நர்சு' வேலைக்குச் சென்று விட்டாள். சங்கரன் தன்னைக் கைவிட்டதால் மனம் உடைந்தது மாறவே இல்லை. உயிரையே கொடுத்து விடுவதாகச் சொன்ன சங்கரனே தன்னைக் கைவிட்டு விட்டபோது, வேறு யாரைத்தான் நம்புவது அவள். மலர்க்கொடி 'நர்சு' வேலைக்காகப் பயிற்சி பெறத் தாயிடம் அனுமதி கேட்டாள். தாயும் கொடுத்தாள், சில ஆண்டுகள் சிலோன் வைத்தியசாலை ஒன்றில் அவள் நர்சாக இருந்தாள். இடையே சங்கரன் சென்னைக்கே திரும்பிச் சென்று ஒரு பிரபல மருந்துக் கம்பெனியில் கிளர்க்காக வேலைக்கு அமர்ந்தான். அந்தச் சமயத்தில்தான் அவனுக்கு, சிலோன் வைத்தியசாலையில், மலர்க்கொடி நர்சாக இருப்பது தெரிய வந்தது. ஏதோ சில மருந்துகள் தேவை எனச் சிலோன் வைத்தியசாலைக்காக மலர்க்கொடி எழுதிய கடிதமொன்று

சங்கரனுக்குச் சிக்கிற்று. அதைக் கண்டதும் அவனுக்கு முன்னாள் நினைவுகள் யாவும் ஒன்றன்பின் ஒன்றாக வந்தன. தன்னைத்தானே கெடுத்துக் கொண்டதை எண்ணி வருந்தினான். சிலோன் 'நர்சு' தான் காதலித்த மலர்க்கொடிதான் என்பதைத் தெரிந்து கொண்டான். அவனுக்குப் பிறகு எப்படியேனும் மலர்க்கொடியைக் காண வேண்டும் என்ற எண்ணம் உண்டாயிற்று. சிலோனுக்குச் செல்வதெனத் தீர்மானித்தான். நேரே, தன் மாமன் வீடு வந்தான். தன் மனத்தில் ஒன்றைக் கூட ஒளிக்காது கூறினான்.

"நாம் கொங்கு வேளாளக் குடியில் பிறந்து நாடகக்காரியை மணப்பதா என்று எண்ணத்திலே என் இன்பத்தை விடுத்தேன்" என்றான் சங்கரன்.

"நாடகக்காரியை மணம் செய்து கொண்டால் நாடு கேலி செய்யும் என்று எண்ணினாயே, பிறகு நடந்த சம்பவங்களைப் பற்றி அவ்விதம் எண்ணினாயோ?" என்று கேட்டார் மாமன்.

"இவை வெளிக்கு வராது என்று எண்ணினேன். அப்படி வரினும், அதைப் பற்றி அவ்வளவு கேவலமாகக் கருத மாட்டார்கள். கலியாணம் செய்து கொண்டால்தான் ஜாதி கெட்டவன் எனச் சொல்லுவார்கள் என்று எண்ணினேன். அதுதான் நான் செய்த தவறு" என்றான் சங்கரன்.

"சிலோனுக்கு நீ போக வேண்டாம். மலர்க்கொடியும் மங்கம்மாளும் இங்கு வரும்படி நான் ஏற்பாடு செய்கிறேன். மலர்க்கொடி, வேறு யாரோ என்று எண்ண வேண்டாம். அவள் என் மகள்தான். மங்கம்மாளை நான் காதலித்து அவளோடு வாழ்ந்து வந்தேன். ஆனால் உன்னைப் போலத்தான் நானும் ஊருக்கஞ்சி விஷயத்தை வெகு இரகசியமாக வைத்துக் கொண்டிருந்தேன். மங்கா, நாடகத்திலே சென்று விட்டாள்.

நான் அவளை விட்டுப் பிரிந்தேன். ஆனால், எங்களிருவருக்கும் மனக் கசப்பு கிடையாது.

என் பொருட்டு மங்கா எதையும் தியாகம் செய்யத் தயாராக இருந்தாள். நான் மணம் செய்து கொள்ள மறுத்தபோது மங்காதான், என்னை வற்புறுத்தினாள். நானும் அவளும் பிரிந்தோம். அப்போது மலர்க்கொடி ஐந்து வயது குழந்தை. பிறகு அவர்களைப் பற்றி நான் அக்கறை எடுத்துக் கொள்ளாதிருந்தேன். நான் "சிங்களச் சீமாட்டி" என்று எழுதிய நாடகத்திலே எங்கள் இருவரின் காதல் சம்பவத்தை எழுதியிருந்தேன். அதனை நடத்தி மங்கா பெரும் பெயரெடுத்தாள்" என்று சங்கரனின் மாமன் தன் சுயசரிதையைச் சொன்னபோது சங்கரன் ஆச்சரியப்பட்டான்.

"ஆனால் மலர்க்கொடிக்கு இந்நேரம் மணம்..." என்று கேட்டான் சங்கரன்.

"இல்லை! மணம் ஆகவில்லை. நான் அதைப்பற்றி விசாரித்து வைத்துள்ளேன். அது மட்டுமல்ல் சங்கரா! உன் விஷயம் பூராவும் எனக்குத் தெரிந்ததும், மலர்க்கொடிக்கு அவற்றை விளக்கி எழுதிவிட்டேன்.

அடுத்த கப்பலில் சிங்களச் சீமாட்டியும் அவளுடைய தங்கப்பதுமையும் வந்து சேருவர்" என்றார்.
அதைப்போலவே தாயும் மகளும் வந்தனர். மலர்க்கொடி ஒரே புன்சிரிப்பால் சங்கரனை மன்னித்து விட்டாள். மணம், வெகு எளிய முறையிலே நடந்தது. பார்வதியிடம் வளர்ந்து வந்த குழந்தை குமுதா, சங்கரன் வீட்டில் சேர்ப்பிக்கப் பட்டது. எல்லோரும் ஒரே குடும்பமாக இருந்தனர். ஊரார் ஏதேதோ பேசினார்கள். ஆனால் அந்தக் குடும்பத்தின்

ஆனந்தத்தை ஊரார் என்ன அறிவார்கள். அளவு கடந்த ஆனந்த வாழ்வு வாழ்ந்தனர் அவர்கள்.

‘பரதன்’ என்னும் புனைபெயரில்,குடியரசு இதழில்,*1939* ஜூலையில் எழுதப்பட்டது.

★★★

9 788198 815996